मनतरंग

अंजली आणि समीर

Qurate
quratebooks.com

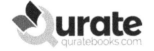

Book Creation Services

by

 BookMyStory

It's time to tell your story

www.bookmystorypublishing.com

A venture of

Mantarang
Anjali K. & Sameer G.

© Anjali K. & Sameer G.

Published in 2024

© Published by

Qurate Books Pvt. Ltd.
Goa 403523, India
www.quratebooks.com
Tel: 1800-210-6527, Email: info@quratebooks.com

All rights reserved
No part of this publication may be reproduced, stored in a retrieval system, or transmitted in any form or by any means, electronic, mechanical, photocopying, recording or otherwise, without the prior permission of the author.

ISBN: 978-93-58986-84-6

मनोगत

सामान्य माणूस म्हणून आयुष्य जगत असताना अनेकविध अनुभवातून अनेक धडे मिळत गेले. त्यातून स्वतःचं आयुष्य घडवताना जे कवडसे सापडले ते वाचकांनाही दाखवावे, या हेतूने हा पुस्तक-प्रपंच.

आयुष्य म्हणजे जीवनात एक पायरी वर जाण्याचा प्रयत्न, मग तो एखाद्या गोष्टीचा आनंद मिळवण्याचा असो, किंवा आर्थिक परिस्थिती सुधारण्याचा असो, सामाजिक प्रतिष्ठेबाबत असो, चांगले नातेसंबंध असण्याबाबत असो.. किंवा तत्सम काही.

अनुभवानुसार, सामान्यतः आयुष्याचे चार मुख्य आयाम निदर्शनास आले. ते म्हणजे - व्यक्तिगत, सामाजिक, कौटुंबिक आणि व्यावसायिक.

या चार आयामांपैकी कुठल्या बाबतीत समस्येचं मूळ आहे, याचं अवलोकन करण्याची गरज दिसून येते. पण होतं काय, की हे चारही आयाम एकमेकांवर (चांगला किंवा वाईट) परिणाम करत असल्याने असं वाटायला लागतं, की आपलं तर काहीच धड होत नाहीये. "मेरा कुछ नही हो सकता यार!".

अशा वेळी समस्या नेमकी कुठल्या वर्तुळातली आहे याचं योग्य अवलोकन करणं गरजेचं असतं. त्यामुळे "सगळंच बिघडलंय" ही भावना खोडून काढता येते आणि योग्य ठिकाणी लक्ष केंद्रित करून समस्येच्या मुळावर आवश्यक ते उपाय करणं सोपं होतं.

या पुस्तकात आयुष्याचे हे चार आयाम आमच्या आजवरच्या जीवन प्रवासात सकारात्मकता वाढविण्यात कसे उपयोगी पडले ह्यावरील अनुभव वाचायला मिळतील.

सर्वच स्तरातील वाचक आमच्या अनुभवांशी स्वतःचे अनुभव सहज जुळवून पाहू शकतील. "पुढच्यास ठेच, मागचा शहाणा" हे तत्व ध्यानात ठेवून हे पुस्तक आपल्यापुढे ठेवत आहोत. सामान्य जीवन जगत असताना डोळ्यांपुढे चमकदार ध्येय ठेवली आणि त्यांच्या प्रकाशात आजवरची वाटचाल केली. हे करत असताना कुठेही तत्वांना मुरड घातली नाही. आपल्या संपर्कात येणाऱ्या व्यक्ती आणि समाज यांचं भलंच करण्याचा निर्धार ठेवला. कधी ठेचकाळलो, धडपडलो, निराश झालो, थकलो, पण ध्येयाकडची वाटचाल सुरूच ठेवली.

या वाटचालीत संत साहित्य, विवेकानंदांचे विचार, वाचनात आलेली अनेक मराठी, इंग्रजी पुस्तकं दीपस्तंभासारखे वाट दाखवत आहेत. तुकारामांची गाथा, मनाचे श्लोक, गिरीश कुबेरांच्या "टाटायन" मधून लख्ख दिसलेली टाटा-संस्कृती यांनी विचारांना बळकटी दिली. साध्य आणि साधन यात गल्लत न करण्याची क्षमता मिळाली. या प्रवासात ओळख झालेल्या योग-साधनेने शरीर आणि मन यांच्या एकीकरणाचे फायदे दाखवून दिले.

ही वाटचाल एकाकी नक्कीच नव्हती. योग्य माणसं जोडण्याची महत्वाची जाणही या प्रवासात खूपच उपयोगी ठरली. यशाकडे नेणारं तेही एक महत्वाचं साधन आहे.

या पुस्तकातील प्रत्येक लेखानंतर "तुमचा दृष्टिकोन" लिहिण्यासाठी एक कोरं पान दिलंय. वाचकांना एक मित्रत्वाची सूचना आहे, की लेख वाचून झाल्यावर लेखातल्या विचारांबद्दल तुमची धारणा किंवा दृष्टिकोन आणि तुम्हाला लेखातून

काय मिळालं त्याबद्दल काही नोंदी या पानावर कराव्या. याचा उपयोग तुम्हाला असा होईल:

▸ लेख अधिक चांगल्या प्रकारे समजून घेता येईल.

▸ लेखातील विचारांवर तुमची स्वतःची विचारप्रक्रिया सुरु होईल. स्वतःचे विचार लिहिताना वाचलेले विचार विषयाच्या खोलात जाऊन तपासून पाहता येतात.

▸ लिहिताना वाचलेल्या गोष्टी तुम्ही तुमच्या अनुभवांशी जोडता त्यामुळे विचारप्रक्रिया अर्थपूर्ण आणि प्रभावी होते.

▸ सर्जनशीलता आणि स्मरणशक्ती वाढते.

▸ संदर्भासाठी नोंद तयार होते.

▸ स्वतःचा स्वतंत्र विचार तयार झाल्याने संवादकौशल्य सुधारते.

हे अनुभवून पहाच!

निसर्गतः उत्तम झालेली मनाची, विचारांची जडण-घडण, त्यातून निर्माण झालेल्या नैतिक, सामाजिक, पर्यावरणीय संवेदनशीलता यातून निर्माण झालेली ही पुंजी जबाबदार नागरिक म्हणून वाचकांसमोर मांडत आहोत. ही वाचकांच्या आयुष्याच्या वाटचालीसाठी उपयोगी ठरेल, अशी खात्री वाटते.

सस्नेह,
अंजली आणि समीर

●●●

६

लेखकांबद्दल..

अंजली ह्या बहुआयामी व्यक्तिमत्व आहेत ज्यांना २५ वर्षांचा 'कॉर्पोरेट' अनुभव आहे. त्या एक अनुभवी 'लाईफ कोच' आणि प्रभावी 'सॉफ्ट स्किल्स ट्रेनर' आहेत. त्यांच्यातील 'व्हॉइस ओव्हर आर्टिस्ट' त्यांना त्यांच्या श्रोत्यांशी भावनिक स्तरावर जोडण्यासाठी मदत करतो. जर्मन भाषा बोलू शकणाऱ्या अंजली यांना त्यांच्या जर्मनी मधील वास्तव्यात जर्मन संस्कृती जवळून अनुभवता आली.

अंजली ह्या उत्साही वाचक, हौशी ब्लॉगर तर आहेतच शिवाय त्यांचा साहित्यिक कार्यक्रमांमधील सहभाग त्यांच्या जीवन प्रवासाला वेगळा आयाम देतो. 'जेन झी' मधील त्यांच्या मुलीने स्वतःचे ड्रेस आईलाही निग्रहाने वापरायला लावणे यातून आई आणि मुलीची घट्ट मैत्री तर दिसतेच, पण आपल्या मुलीचा हा हट्ट पेलण्याची त्यांनी कमावलेली शारीरिक आणि मानसिक क्षमता ही तेवढीच वाखाणण्याजोगी आहे.

समीर समस्यांवर उपाय शोधणारे एक उत्साही व्यक्तिमत्व आहे. ज्यांच्यात नैतिकता केंद्र स्थानी आहे आणि जे सामाजिक व पर्यावरणीय मुद्द्यांबद्दल अत्यंत संवेदनशील आहेत. व्यावहारिक दृष्टिकोन आणि उच्च वैचारिक पातळी यामुळे, समीर व्यक्ती आणि समुदाय यांना लाभदायक अशा वास्तववादी, प्रभावी उपायांवर लक्ष केंद्रित करतात. प्रामाणिक, विचारशील, सर्जनशील असलेले समीर हे जग सर्वांसाठी अधिक चांगले बनविण्यासाठी प्रयत्नशील आहेत.

अंजली आणि समीर यांच्यातील अंगभूत कौशल्ये आणि एकमेकांना पूरक अशा सृजनशील गुणांच्या शिदोरीवर पर्यटन, शेती आणि तंत्रज्ञान या क्षेत्रात त्यांनी व्यवसायांची पायाभरणी केली आहे.

●●●

अनुक्रम

१. एक होता चंदू
२. आयुष्याचं करायचं काय?
३. एम्पलॉयीहूड
४. विचार बदला नशीब बदलेल
५. देव - मनात, देव्हाऱ्यात की चराचरात?
६. प्रसंगी अखंडित वाचीत जावे..
७. मूल्यशिक्षण
८. आरोग्यम् धनसंपदा
९. प्रभावाचे वर्तुळ
१०. नकार : एक सामर्थ्य
११. जोडी
१२. व्यसनं झाली जुनी!
१३. शेतकरी : कल्पना आणि वास्तव
१४. दूर आणि जवळ
१५. नागरिक
१६. प्रवास

लेखकांशी संपर्क

एक होता चंदू

एक होता चंदू

एक होता चंदू. चंदूच्या बाबांचं किराणा सामानाचं दुकान होतं. ते दुकान चालवून आपल्या कुटुंबाचा चरितार्थ चालवत. चंदूला एक भाऊ होता. चंदू आणि चंदूचा भाऊ दोघेही अभ्यासात यथातथाच होते. दोघेही अधून मधून आपल्या वडिलांच्या व्यवसायाला हातभार लावत. चंदू आपल्या वडिलांची व्यवसायासाठीची मेहनत रोज पाहत असे. तो मनात म्हणे, "शी, हा कसला दोन-चार आण्याचा व्यवसाय आणि त्यासाठी ही एवढी मेहनत!! मीही व्यवसायच करेन पण मी काहीतरी मोठा उद्योग करेन."

चंदूची अभ्यासात मेहनत घ्यायची तयारी नव्हती त्यामुळे त्याने कसंबसं थोडं फार शिक्षण केलं. चंदूला कुठलेच छंदही नव्हते, त्याला मित्रही नव्हते. अभ्यास नाही, वाचन नाही, चांगले मित्रमंडळी नाहीत, त्यामुळे चंदूचा आत्मविश्वासही शून्यच होता.

काहीही असलं तरी चंदूची व्यवसाय करण्याची इच्छा मात्र कायम होती. आपण दुकानाच्या गल्ल्यावर बसून ग्राहकांकडून पैसे घेतोय आणि दिवसाच्या शेवटी आपला गल्ला पूर्ण भरलाय – हे चित्र चंदूच्या मनाला गुदगुल्या करत असे. त्या काळात संगणक, इंटरनेट ह्या गोष्टींच्या नवेपणाची नवलाई भरात होती. मग चंदूने विचार केला, की वडिलांचा किराणा सामानाचा मेहनतीचा व्यवसाय करण्यापेक्षा आपण मस्त चार-चार संगणक घेऊ आणि सायबर कॅफे मध्ये बसल्या बसल्या नफा कमावू. जेमतेम १२ वी चा पल्ला गाठलेल्या चंदूने वडिलांकडे संगणकाच्या पैशांसाठी तगादा लावला. संगणकाचं काहीतरी थातुरमातुर शिक्षण घेऊन चंदूने हट्टाने स्वतःचा सायबरकॅफे उभा केला आणि त्याचं स्वप्न पूर्ण झाल्यासारखं त्याला वाटू लागलं. सायबरकॅफेमध्ये येणाऱ्या लोकांकडून पैसे

१२

घेत गल्ल्यावर बसणं त्याला आवडू लागलं. कालांतराने घरोघरी पोहोचलेल्या इंटरनेटमुळे ग्राहकांचा ओघ कमी होत गेला. हळू हळू इंटरनेट आणि विजेचं बिल, शिवाय सायबरकॅफेच्या जागेचं भाडं हे खर्च भागवताना चंदूच्या नाकी नऊ येऊ लागले. चंदूचा सायबरकॅफे तोट्यात जाऊ लागला. मग चंदूने तोट्याचा व्यवसाय बंद करून काहीतरी दुसरा व्यवसाय करावा असा विचार केला. मग त्याने स्टेशनरीचा उद्योग सुरु केला. त्यासाठी पुन्हा दुसरं दुकान भाड्याने घेतलं. मधल्या काळात चंदूचे वडील स्वर्गवासी झाले. त्यांच्या पश्चात वडिलांनी घेतलेलं चाळीतलं एक छोटंसं घर चंदूला मिळालं. आता त्या घराच्या भाड्यावर चंदूची घरगृहस्ती चालू लागली. सायबरकॅफे बंद करून जो काही पैसा आला, तो चंदूने स्टेशनरीच्या नवीन व्यवसायात लावला. एक छायाप्रतीचं मशीन, एक संगणक आणि प्रिंटिंग मशीन, दोन-तीन टेबलं, भिंतींवरचे रॅक आणि स्टेशनरी मटेरियल असं सारं मिळून चंदूचं स्टेशनरीचं दुकान सुरु झालं. दहा-बारा वर्ष उलटली पण चंदूला व्यवसायात यश येईना. मध्यंतरी चंदूचं लग्न अर्थातच एका अर्धशिक्षित मुलीशी झालं, एक मुलगाही झाला. जबाबदारी वाढली. चंदूच्या आईचंही आता वय झालं.

चंदूच्या दिवसाचे ११ तास स्टेशनरीच्या दुकानात बसून जात. उरलेल्या १२ तासातले ८ तास खाणं-झोप आणि ४ तास अन्य कामांमध्ये निघून जात होते. चंदूचा व्यवसाय तोट्यातच सुरु होता. आता चंदूची अवस्था अशी होतीः

- त्याच्यावर आई, पत्नी आणि मुलाची जबाबदारी होती.
- भाड्याने दिलेल्या घरावर उदरनिर्वाह सुरु होता.
- स्टेशनरी व्यवसायातून आलेला सगळा पैसा पुन्हा दुकानाच्या खर्चातच जात होता.
- व्यवसायातून नफा तर नाहीच पण वजावटच पदरी येत होती आणि

१३

एक होता चंदू

दिवसागणिक वाढत होती.

▶ चंदूकडे कुटुंबाबरोबर घालवायला वेळ नव्हता.

▶ स्वतःच्या तब्येतीकडेही दुर्लक्ष होत होतं.

▶ त्यातल्या त्यात कुणाच्या तरी सांगण्यावरून त्याने एक वैद्यकीय विमा उतरवला होता.

▶ पैशाअभावी चंदूबरोबर त्याच्या कुटुंबाचीही फरफट सुरु होती.

▶ आला दिवस कसाबसा निघत होता, पण भविष्य अंधारात होतं.

थोडक्यात सगळ्याच गोष्टी तोट्यात होत्या आणि माझं काहीच होऊ शकत नाही ह्या अंधश्रद्धेवर चंदू आला दिवस जगत होता.

आता चंदूला ह्या दुष्टचक्रातून बाहेर यायला कुणाचीतरी मदत हवी होती. असे निराश आणि हताश शेकडो चंदू आपल्या आजूबाजूला दिसतील. कारण ते त्यांच्या पुढच्या पिढीकडे केवळ एक वजा-यंत्रच सोपवू शकतात, जे त्यांनी कमावलंय. मनशक्ती, बुद्धी, पैसा - साऱ्यांचाच केवळ अभाव नव्हे, तर तोटा!

चंदूच्या समस्यांचं मूळ काय? असे आणखी चंदू निर्माण होऊ नयेत म्हणून काय करावं? या प्रश्नांचा विचार करता हे लक्षात येतं, की

काय लक्षात येतं, ते पाहूया पुढच्या लेखात.

●●●

१४

तुमचा दृष्टिकोन

आयुष्याचं करायचं काय ?

आयुष्याचं करायचं काय?

आपल्याला मिळालेल्या अमूल्य आयुष्याचं करायचं काय – ह्याचा विचारच आपण करत नाही. मनुष्यजन्म खूप मोलाचा आहे. आला दिवस जसा आला तसा जगायचा की तो सुंदर करून जगायचा, हे ठरवायला हवं. जीवन क्षणभंगुर आहे, त्यामुळे आपल्याला मिळणाऱ्या प्रत्येक क्षणासाठी मनात कृतज्ञता बाळगणं आणि तशीच वर्तणूक ठेवणं आवश्यक आहे.

ज्ञान जीवन समृद्ध करतं. ते मिळवण्याचे अनेक मार्ग आहेत, पण त्यासाठी आळसाचा त्याग करणं ही पहिली पायरी. निसर्गतः मिळालेल्या सशक्त मेंदूचा उपयोग करण्याची क्षमता बाळगणं हे खरं शिक्षण. शिक्षणाने बुद्धी चौफेर आणि विशाल होते.

खरं तर ज्ञान प्रत्येक माणसात अंतर्भूत असतं. त्यावर बसलेली धूळ किंवा पटलं फक्त दूर करायची असतात. मानसिकतेनुसार कुणाच्या आतील ज्ञानावर खूप जाड पटलं असतात तर कुणाच्या हलकी. उदाहरण द्यायचं झालं तर, अनेक वैज्ञानिक शोधांचं देता येईल. आर्किमिडीज नावाच्या शास्त्रज्ञाने ज्या आर्किमिडीज प्रिंसिपलचा शोध लावला, ते तोवर कुठे दडून बसलं होतं असं नाही. तर जेव्हा तो बाथटब मध्ये आंघोळीला बसला तेव्हा टब मधून बाहेर सांडलेलं पाणी पाहून त्याच्या ज्ञानावरचं पटल दूर झालं आणि मग त्याने ते तत्व जगासमोर मांडलं

तर, चंदूच्या मनावर, ज्ञानावर आळसामुळे जाड धुळीचा थर बसलाय आणि त्यामुळे त्याला त्याचं भविष्य दिसत नाहीये. स्वतःला केलेली मदत ही सर्वोत्तम मदत आहे, असं म्हणतात आणि सगळ्यात आधी आपणच आपल्या मदतीला धावून येऊ शकतो, नाही का! त्यामुळे चंदूला *स्वतःच्या मदतीची गरज ओळखून, आळस झटकून उठणं गरजेचं आहे.*

जेव्हा माणसाला आपल्या मूलभूत गरजा भागवण्याची चिंता नसते तेव्हाच तो वैचारिक समृद्धीचा विचार करू शकतो, आत्मशोध घेऊ शकतो. मूलभूत गरजा भागवणं ही तर स्वाभाविक गरज आहे आणि ती पैशानेच पूर्ण होते. त्यामुळे आर्थिक स्वयंपूर्णता प्राथमिक महत्वाची ठरते.

आर्थिक स्वयंपूर्णता म्हणजे मूलभूत गरज भागवताना माणसाचा आर्थिक असमतोलांना तोंड देण्याचा आत्मविश्वास आणि अचानक येणारं आर्थिक नुकसान झेलण्याची क्षमता.

आर्थिक असमतोलाची अनेक कारणं असू शकतात आणि त्यातलं सगळ्यात महत्वाचं म्हणजे वाढती महागाई. महागाईमुळे रोजच्या दिनमानात गरजेच्या वस्तूंचे दर सातत्याने वाढत असतात, पण त्यामानाने मिळकतीत होणारी वाढ तुटपुंजी असते. मग, खर्च आणि मिळकतीत दरी न पडू देता काही रक्कम निकडीच्या प्रसंगांसाठी नियमितपणे बाजूला काढता येणं, हा आर्थिक स्वयंपूर्णतेचा एक भाग झाला.

दुसरा भाग - अचानक येणारं आर्थिक नुकसान झेलण्याची क्षमता. कुटुंबासाठी कमावणारी व्यक्ती स्वतः किंवा कुटुंबातलं कुणीही कधी आजारी पडणं, काही अपघात होणं अशा घटनांमुळे आर्थिक निकड निर्माण होते. ती निकड वेळेवर भागवण्याची क्षमता असणं - हा आर्थिक स्वयंपूर्णतेचा दुसरा भाग.

आर्थिक स्वयंपूर्णतेचा माणसाच्या मानसिक स्थितीशी थेट संबंध असतो. बळकट आर्थिक परिस्तिथी माणसाला मानसिक स्थैर्य देते. आर्थिक स्वयंपूर्ण व्यक्तीच्या वर्तनात आत्मविश्वास दिसून येतो. अशी व्यक्ती स्वाभिमानी असते, सक्रिय असते. त्यांची सकारात्मकता त्यांच्या प्रगतीला नेहमी हातभार लावते. आर्थिक सुस्थितीमुळे आलेली प्रसन्नता त्यांच्या चेहऱ्यावर असल्याने अशी व्यक्ती सहज लोकप्रिय होत जाते.

याउलट आर्थिक परिस्थिती डळमळीत असलेली व्यक्ती मनानेही अशक्त

असते. अशी व्यक्ती एक तर दुराभिमान किंवा अहंकार बाळगते किंवा परिस्थितीला, वरिष्ठांना सहज शरण जाते. निराशेमुळे अशा व्यक्तींची निष्क्रियता वाढीस लागते. आर्थिक नुकसानीत असणाऱ्या व्यक्ती आपोआपच दुसऱ्याचा मत्सर करू लागतात आणि त्यामुळे त्यांचे नातेसंबंधही बिघडत जातात. या सगळ्याचा वाईट परिणाम अर्थातच त्यांच्या संपूर्ण व्यक्तिमत्वावर होतो.

आपल्या चंदूचं हेच तर झालंय. त्याच्या समस्येचं मूळ बरचसं त्याच्या आर्थिक परिस्थितीत आहे. आता चंदूला गरज आहे आर्थिक स्वयंपूर्णतेच्या वाटेवर पहिलं पाऊल टाकण्याची. या वाटेवरचं पहिलं पाऊल हेच आहे, की आपल्या इच्छा आणि गरजा यातला फरक ओळखून आपल्यासाठी काय "पुरेसं" आहे हे जाणून घेणं.

आपल्या बऱ्याच गरजा आपणच निर्माण केलेल्या असतात. आपली मिळकत १०,००० रुपये असते तेव्हाही आपण आपल्या गरजा भागवत असतो आणि तीच मिळकत १,००,००० रुपये झाल्यावरही आपण आपल्या गरजाच भागवत असतो – हे कसं काय? तर आपण मिळकत वाढली की गरजाही वाढवतो आणि मग मिळकत कितीही वाढली तरी ती पुरेशी होतंच नाही.

ही परिस्थिती बदलण्यासाठी आपण स्वतःला आरसा दाखवणं गरजेचं आहे. त्यासाठी आपला जमा-खर्च वहीत लिहून काढावा. लिहिताना आपले डोळे कागदावर उमटणाऱ्या आकड्यांमधून त्याबद्दलची संवेदना आपल्या मेंदूला पोहोचवतात. मग लक्षात यायला लागतं की गरज कुठली आणि इच्छा कुठली.

दुसरी पायरी आहे, ती रोजच्या गरजा आणि भविष्यातल्या गरजा जाणून त्यासाठी तजवीज करण्याची. गरजांची वर्गवारी करून त्यासाठी नियोजन करणं आणि नियोजनानुसार खर्च चालवणं. जी गोष्ट अंदाजपत्रकात नाही त्या गोष्टींवरचा खर्च पुढे ढकलणं. अनेकदा पुढे ढकललेल्या गरजा कालांतराने नाहीश्याही होतात.

म्हणजे चंदूचं उत्पन्न जर महिन्याला ४०,००० रुपये आहे तर त्याचा जमा-खर्च साधारणपणे असा दिसला पाहिजे:

८००० बचत आणि गुंतवणूक

२०,००० मूलभूत गरजा (किराणा, लाईट बिल, शाळेची फी, इत्यादी)

१२००० इच्छांसाठी

या उदाहरणात आर्थिक नियोजनाचं **५०-३०-२०** हे तत्व वापरलं आहे. यात आधी बचत आणि गुंतवणुकीचे २०% बाजूला काढून नंतर गरजा आणि इच्छांसाठीचे ५०% आणि ३०% चं नियमन केलं आहे.

आता हा नियम समजायला खूपच साधा आहे. बचत आणि गुंतवणुकीसाठी जे २०% बाजूला काढले, त्याचं नेमकं काय करायचं, हे सामान्य माणसाला माहिती असणं खूपच विरळा. त्यामुळे इथे महत्वाची ठरते ती या विषयात तज्ज्ञ असलेल्या व्यक्तीची मदत. चंदूने हे २०% कुठे गुंतवावे यासाठी त्याने तज्ज्ञ आर्थिक सल्लागाराची मदत घेणं आवश्यक आहे. आर्थिक सल्लागार फॅमिली डॉक्टर इतकाच महत्वाचा आहे.

वयाच्या चाळीशीत असलेल्या चंदूने बचतीच्या आठ हजारातले २००० रुपये दरमहा आरोग्य विमा आणि जीवन विम्यावर खर्च केले आणि उरलेले ६००० दरमहा म्युच्युअल फंडात गुंतवले तरी साधारणपणे १२% परताव्याने २० वर्षात चंदूकडे ६० लाख रुपये जमा होतील. हेच जर २० ऐवजी २५ वर्ष जमा केले तर चंदूकडे १ कोटीपेक्षा जास्त रक्कम जमा असेल.

हे उदाहरण लक्षात घेऊन आपला खर्च, रोजच्या गरजा आणि भविष्यातल्या गरजा यांचं योग्य नियोजन आर्थिक सल्लागाराच्या मदतीने केल्यास आर्थिक स्वयंपूर्णतेचं उद्दिष्ट सहज गाठता येईल.

●●●

आयुष्याचं करायचं काय?

तुमचा दृष्टिकोन

एम्पलॉयीहूड

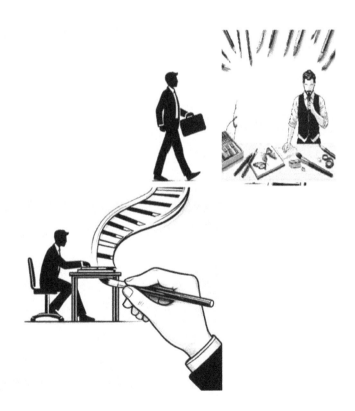

बाल्यावस्थेतून युवकावस्थेत आणि त्यातून नोकरावस्थेत म्हणजेच एम्पलॉयीहूडच्या चक्रव्यूहात बहुसंख्य जण आपसूकच जातात आणि मग सुरु होते नोकरी!

ही **नोकरी** आली कुठून? भारतातून सोन्याचा धूर निघत होता, असं आपल्या देशाच्या सुबत्तेचं वर्णन केलं जातं. प्रत्येक जण आपापला उद्योग करून आपल्या गरजा भागवत होता. तेव्हा नोकऱ्या होत्या का? परकीय आक्रमणांनी आपल्याला गुलामी दिली.

इंग्रजांनी त्यांच्या सोयीसाठी कारकून घडवले. अगदी आपले आजोबा-आजीही सांगतात, की कसे लोकांची मनधरणी करून सरकारी नोकरीसाठी नेत असत. तेव्हापासून नोकरी हे सामान्य माणसाच्या उदरनिर्वाहाचं एक सरळसोट आणि सोप्पं साधन बनलं.

स्वतःच्या उद्योग धंद्यात जोखीम जास्त. नोकरी म्हणजे बिना जोखमीचं अर्थाजन - हे समाजमनावर पक्कं बिंबलं. खरंच आहे का हो नोकरी बिना जोखमीची?

बरं नोकरी म्हणजे चूक किंवा वाईट असं अजिबात नाही. पण नोकरीला आपल्या आयुष्यात पुढे जाण्यासाठी एक पायरी म्हणून वापरून त्यातून योग्य वेळी बाहेर पडणे बहुसंख्याना का बरं सहज शक्य होतं नाही?

खरं तर मनुष्य अतिशय प्रतिभावान आणि बुद्धिमान आहे. पण "माझ्याकडे प्रतिभा, कला, गुण असं काही नाहीये, त्यामुळे मला नोकरीच करावी लागणार. म्हणून मी नोकरीत जम बसवलाय", असं म्हणणारे अनेक जण आपल्या आजू-बाजूला दिसतात. अशा नोकरीच्या दुष्टचक्रात अडकलेल्यांना अंतर्मुख होऊन

स्वतःला ओळखायला तरी कुठे वेळ मिळालेला असणार?

आपल्यापैकी बहुसंख्य जण नोकरी आवड म्हणून नव्हे तर गरज म्हणून करत आहेत. जिथे आवडच नाही तिथे आपण गरजे पुरतेच देणार.

एका सर्वेक्षणानुसार एकूणच गरजेपेक्षा रोजगारक्षमता (एम्पलॉयीबिलिटी) फार कमी आहे. नोकरीत प्रगती करून जे मुलाखती घेणारे झालेत त्यांना ही बाब सहज मान्य असेल.

नोकरीला साध्य न बनवता आयुष्यात पुढे जाण्यासाठीचे साधन बनवणे गरजेचे आहे. आपण निवडलेले हे साधन जेवढा काळ आपल्याला वापरायचे आहे तेवढा काळ त्यात आपल्याला आनंद मिळालाच पाहिजे. आयुष्यात मागे वळून नोकरीचा काळ आठवताना एक छान अनुभव म्हणून स्मरणात राहायला पाहिजे.

हा आनंद कसा मिळवायचा?

आपण सरकारी किंवा खाजगी नोकरीत नेमून दिलेलं काम करतो, ते कोणत्या ना कोणत्या व्यक्ती किंवा समूहासाठी कामी येते. ह्यांना आपण अंतर्गत किंवा बाह्य ग्राहक समजा आणि त्यांच्यासाठी आपल्या हातून ग्राहकाभिमुख काम कसे होईल ते पहा. तुमच्या मोबाईल 'नेटवर्क' पुरवणाऱ्या कंपनी पासून ते विमान प्रवास सेवा देणाऱ्या कंपनी पर्यंत, तुम्हाला कशा प्रकारची ग्राहकाभिमुख सेवा मिळाल्याने समाधान वाटेल याचा विचार करा आणि तसाच ग्राहकाभिमुख दृष्टिकोन तुमच्या कामातही आणा. त्यासाठी आपण आपल्या कामात नियोजनबद्ध आणि निपुण असावं लागेल. त्यासाठी लागणारी सारी कौशल्ये आत्मसात करा आणि त्यात पारंगतता वाढवत राहा. त्याचबरोबर आर्थिक नियोजन सुद्धा करत राहा. त्यासाठी या पुस्तकातील "आयुष्याचं करायचं काय" या लेखातील आर्थिक नियोजनाचा भाग जरूर वाचा.

आता कुणी म्हणेल, की नोकरी करताना एवढा उत्साह कुठून आणणार. तर, एक दिवस नोकरीतून बाहेर पडल्यावर तुम्ही तुमच्या आवडीचे जे काही कराल

एम्प्लॉयीहूड

आणि त्यातून तुम्हाला थोडं जरी अर्थाजन अपेक्षित असेल तर तुमच्यासाठी "ग्राहक देवो भव" असणारच. म्हणूनच तुमच्या नोकरीत तुम्ही कर्मचारी नसून भागीदार आहात असं मानून पगारवाढ आणि बढतीच्या पलीकडे जाऊन काम करा, अनुभव संपन्न व्हा आणि नोकरीची पायरी ओलांडून स्वातंत्र्यावस्थेत या.

●●●

तुमचा दृष्टिकोन

विचार बदला नशीब बदलेल

विचार बदला नशीब बदलेल

आपल्यापैकी प्रत्येक जण १२५ कोटी सर्वसामान्य भारतीय नागरिकांपैकी एक. तुम्ही म्हणाल १२५ कोटी लोकसंख्या तर कधीच पार झाली. खरंय, पण यातले काही खरंच असामान्य आहेत आणि काही आपण सर्वसामान्य नाही ह्या अविर्भावात वावरत आहेत. म्हणून १२५ कोटी. बाकी असामान्य कोण आणि सर्वसामान्य कोण, ही वर्गवारी ज्याची त्याने सूज्ञपणे करावी.

असो, बहुसंख्य सामान्य, स्वतःचं (पर्यायाने कुटुंबाचं) जीवनमान आहे त्यापेक्षा एक टप्पा वर नेणं, ह्या उद्दिष्टाच्या इंधनावर आयुष्य रेटण्यात व्यग्र आहेत. याला आपण कुणीही अपवाद नसलो, तरी याबाबत विचार करायला थोडा वेळ काढायला हरकत नाही.

मी अमलात आणलेला विचार असा की, आपल्या सारख्या शेकडो कोटी लोकांची जीवनाकडून जी माफक अपेक्षा आहे ती जेव्हा आपण आपल्या भवतालात प्रतिबिंबित करू शकू, तेव्हाच ती परिपूर्ण होऊ शकेल.

म्हणजेच आर्थिक सुबत्ता, मनाजोगं घर, राहणीमान हे सारं वैयक्तिक पातळीवर मिळेलही. पण सामाजिक पातळीवर, म्हणजे ज्या ज्या वेळी आपण घराबाहेर पडू त्यावेळी बाहेर तीच बजबजपुरी, बेशिस्त, अस्वच्छता, असुरक्षितता, असं विषण्ण करणार चित्र असेल, तर आपण आपल्या आयुष्यातलं उद्दिष्ट गाठलं असं म्हणताच येणार नाही.

शेकडो कोटींच्या संख्येत असणारे आपण सर्वसामान्य नागरिक सगळ्यात जास्त त्रस्त, नाडलेले कसे असू शकतो, हा खरा यक्ष प्रश्न आहे.

'विचार बदला, नशीब बदलेल' हा विवेकानंदांनी दिलेला साधा पण प्रभावी उपाय, सर्वसामान्यांच्या जीवनमानात क्रांतिकारी बदल घडवू शकेल. घराबाहेर

३०

पडताना नेहमी एक विचार करा की, "आज माझ्यामुळे कोणालाही त्रास होता कामा नये. मी जबाबदारी आणि शिस्तीने वागेन." या विचाराने जेव्हा शेकडो सर्वसामान्य घराबाहेर पडतील तेव्हा अस्वच्छता कमी होईल, वाहतूक नियम मोडण्याचे प्रमाण कमी होईल, कुणालाही इजा होईल अथवा जीवावर बेतेल अशा घटना कमी होतील. एकमेकांप्रती आदर आणि आपुलकी निर्माण होईल आणि आपल्या परिसरात, समाजात वावरताना आपण एकाकी आणि नाडलेले सर्वसामान्य असल्याची भावना कमी होईल.

शेकडोंचे हजारो आणि लाखो सर्वसामान्य अशा विचाराने वागतील तेव्हा आपल्या सर्वांना आपण स्वप्नांच्या दुनियेत असल्याचा भास होईल. अशाप्रकारे आपल्या सुजलाम सुफलाम भारत देशाचा जगात होत असलेल्या नावलौकिकात खऱ्या अर्थाने आपणा सर्वसामान्यांचा सिंहाचा वाटा असेल आणि आपण अनुभवू शकू "पॉवर ऑफ कॉमन मॅन".

● ● ●

विचार बदला नशीब बदलेल

तुमचा दृष्टिकोन

देव – मनात, देव्हाऱ्यात की चराचरात?

सर्वसामान्य कुटुंबातली एक सामान्य व्यक्ती, काळानुरूप आदर्श मुलगा, आदर्श नवरा, आदर्श वडील अशा तिन्ही आघाड्यांवर समर्थपणे जबाबदाऱ्या पेलत होती. जीवनाचा गाडा हाकत असताना हृदयरोग जडला आणि हृदय निकामी झाल्याने प्रचंड त्रास सहन करून वयाच्या ७४ व्या वर्षी जगाचा निरोप घेतला.

जन्माला आलेला प्रत्येक माणूस जाणारच. पण पहाटे ५ वाजता देवपूजा करून नोकरीसाठी घरातून बाहेर पडणाऱ्या, सत्यनारायणापासून ते घरच्या गणपती उत्सवापर्यंत भक्तिभावाने साजरे करणाऱ्या पापभीरू व्यक्तीचे मरण असे यातनादायी कसे होऊ शकते? हाच प्रश्न मन उद्विग्नपणे देवाला विचारत होतं.

मग मनाचा प्रवास सुरु झाला देव नावाची शक्ती स्वतःपुरती समजून घेण्याचा. त्यातच अगदी लहान निरागस अज्ञान बालकापासून ते सज्ञान मनुष्याला दुसऱ्या माणसानेच हिंस्र प्राण्यालाही मागे टाकेल अश्या यातना दिल्याच्या बातम्या वाचनात येत होत्या. तेव्हा देवबाप्पा रक्षण करतो म्हणजे कसं आणि कधी हा प्रश्न मला यातना देत होता.

असं म्हणतात, की देव सर्वज्ञानी आणि सर्वव्यापी आहे. मग एवढ्या मोठ्या ब्रह्मांडाचा निर्माता, ज्याच्या मर्जीने प्रत्येक गोष्ट चालते, त्याच्याच सर्वोत्तम निर्मितीपैकी एक असलेल्या सृष्टीवर हे काय चालले आहे?

मीच माझ्याशी संवाद सुरु केला आणि माझ्या सुप्त मनातून (सबकॉन्शिअस माईंड) आवाज आला.

"आपल्या सृष्टीवर जेवढे वाळूचे कण आहेत तेवढे तारे ह्या ब्रह्मांडात आहेत. ह्या वरून तू आपल्या ब्रह्मांडाचे व्यापक स्वरूप समजू शकतोस. जेव्हा आपला सर्वोच्च नेता, आपल्या प्रांताचा प्रमुख, आपला लाडका कलाकार, अथवा आवडता

क्रीडापटू हे सगळे आपल्यातलेच मनुष्य असूनही त्यांच्याकडून आपल्याला अडलेल्या वेळी कोणत्याच मदतीची अपेक्षा नसते. देवाने मात्र प्रत्येकासाठी जातीने हजर राहण्याची अपेक्षा!!"

करमणुकीसाठी निर्माण केलेल्या भुताच्या चित्रपटांमध्ये आत्म्याला त्याला हवी ती गोष्ट करून घेण्यासाठी एखाद्या व्यक्तीचं शरीर धारण करावं लागतं. चित्रपट पाहताना ही गोष्ट आपण सहज मान्य करतो. मग तसंच देवालाही पाप-शमनासाठी मनुष्याचे शरीर धारण करूनच ह्या सृष्टीवर यावं लागतं, ह्याचा आपल्याला विसर का पडतो? खरं तर आपल्या पुराणांमध्येही याचे अनेक दाखले आहेत.

ह्या ब्रह्मांडाइतकेच क्लिष्ट आणि स्वयंपूर्ण मानवी शरीर देवाने निर्माण केलंय. त्याचं संपूर्ण नियंत्रण आणि संचलन ज्यावर अवलंबून आहे, ते म्हणजे आपलं "कर्म". एव्हाना माझ्या लक्षात आलं की, मानवाची शारीरिक, मानसिक जडणघडण आणि त्याचा सभोवताल निर्माण करण्याचे सामर्थ्य त्याच्या कर्मात आहे.

त्याच क्षणी मनामध्ये एक विचार लख्ख प्रज्वलित झाला तो म्हणजे: "देव" ही आपल्याला चांगले कर्म करण्यासाठी लागणारी शक्ती आहे. देव आपला आदर्श, प्रेरणा किंवा श्रद्धास्थान आहे. त्यामुळे आपणच सदाचार आणि सत्कर्माने हे जग सर्वांसाठी फक्त राहण्यायोग्यच नव्हे तर सुंदरही बनविण्याची गरज आहे.

●●●

देव – मनात, देव्हाऱ्यात की चराचरात?

तुमचा दृष्टिकोन

प्रसंगी अखंडित वाचीत जावे..

प्रसंगी अखंडित वाचीत जावे..

"प्रसंगी अखंडित वाचीत जावे" हा समर्थांनी दिलेला सल्ला किती मोलाचा आहे ! पुस्तकं म्हणजे मानवाच्या अनुभवसंपन्नतेचा वारसा. हा वारसा वापरण्यासाठी वाचन आवश्यक आहे.

असं पहा, या विशाल आणि अद्भुत ब्रह्माण्डात गुरु हा ग्रह जर फुटबॉल एवढा मानला तर त्याच्यासमोर आपली पृथ्वी एका छोट्याश्या वाटाण्याएवढी दिसेल. यावरून एक लक्षात येतं, की काहीतरी शक्ती आहे जी हे संपूर्ण ब्रह्माण्ड चालवत आहे. रोज उगवणारा सूर्य आपल्याला नवचैतन्य, ऊर्जा, प्रेरणा देतो. त्यातून आपल्या मनात भावना निर्माण होतात, त्या विचारात रूपांतरित होतात. विचारांना मूर्त रूप देण्याचा विश्वास निर्माण होतो आणि मग कृती घडते.

आपली दिनचर्या या घटकांभोवती गुंफलेली आहे आणि पर्यायाने आपलं जीवनचक्र. काहींच्यात हे घटक मूलतः असतात. पण मग ज्यांच्याकडे ते नाहीत त्यांनी काय बरं करावं?

व्यक्ती तितक्या प्रकृती. प्रत्येक माणसामध्ये काहीतरी गुणविशेष असतातच. अनेकदा ते त्याचे त्यालाही माहिती नसतात. मग "मी काय करावं?" हा प्रश्न समोर येतो. याचं उत्तर असं, की ज्यांना या प्रश्नाचं उत्तर सापडलंय त्यांच्या अनुभवाचा उपयोग करावा. आणि असे अनुभव मिळणार कुठे तर – पुस्तकांमध्ये.

ज्यांनी स्वतःला ओळखलंय अशा अनेक तज्ज्ञ, विचारवंतांनी आपले अनुभव पुस्तकांमधून लिहून ठेवले आहेत. त्यांचे अभिजात विचार त्यांच्या लेखनात उतरले आहेत. पण मंडळी, वाचाल तर वाचाल!!

उदाहरणार्थ, जन्माला आलेल्या प्रत्येक माणसाला जेव्हा पैशाबद्दल जाण येते तेव्हा त्याला श्रीमंत व्हावं, स्वतःच्या गाडीतून फिरावं अशी **भावना** निर्माण होते. इथून हे चक्र सुरु होतं.

या चक्राची पुढची पायरी आहे, **विचार**. मग हा विचार पक्का करावा, की –

▸ तुमच्या इच्छापूर्तीसाठी तुम्हाला नेमके किती पैसे हवे आहेत, तो नेमका आकडा ठरवावा.

▸ ब्रह्माण्ड–शक्तीने तुम्हाला हे पैसे का द्यावेत, याचं स्पष्ट कारण मांडावं

▸ त्या बदल्यात तुम्ही काय देणार ते ठरवा, कारण जन्माला आलेल्या प्रत्येकालाच श्रीमंत व्हायची इच्छा असते.

▸ तुम्हाला इच्छित रक्कम नेमकी कुठल्या तारखेला पाहिजे, ते ठरवा.

▸ अखेरीस इच्छित रक्कम मिळवण्याची ठोस योजना बनवा आणि त्यावर **विश्वास** ठेवून **कृती** सुरु करा.

आता तुम्ही म्हणाल, की श्रीमंत होणं इतकं का सोप्पं आहे!! तर हे सगळं आपल्या योजनेवरच्या विश्वासाने आणि आपल्या कृतीने नक्कीच साध्य होणारं आहे.

जसे शारीरिक गरजांसाठी अन्न, पाणी, हवा आहेत, तितकंच मानसिक पोषणासाठी वाचन गरजेचं आहे. हे विधान अगदी विज्ञानाधारीत आहे. वाचन करताना मन शांत होतं, कारण वाचताना शरीरातले कॉर्टिझॉल कमी होतात. त्यामुळे रात्री झोपण्यापूर्वी वाचन करणं उपयुक्त आहे (अर्थात डिजिटल वाचन नव्हे!).

वाचनाने स्मरणशक्ती सुधारते, कारण वाचताना न्यूरल कनेक्शन्स मजबूत

प्रसंगी अखंडित वाचीत जावे..

होतात, ज्यामुळे विचारप्रक्रिया गतिमान आणि व्यापक होते. वाचनात येणारी विविध पात्र, व्यक्ती, घटना लक्षात ठेवताना स्मरणशक्तीला व्यायाम होतो. अधिक काळ एखाद्या गोष्टीवर लक्ष केंद्रित करण्याची सवय लागते. अर्थातच एकाग्रता वाढते. एकाग्रतेने मिळवलेल्या ज्ञानाने निर्णयक्षमता सुधारते. मेंदूला व्यायाम मिळाल्याने मेंदूचं वयोमान वाढतं. अल्झायमर, डिमेन्शिया यासारखे रोग दूर राहतात.

वाचन हे मानवाच्या विचारचक्रासाठीचं इंधनच आहे जणू! आता ते इंधन वापरायचं की आपली गाडी बंद पडू द्यायची हे आपलं आपणच ठरवायचं.

●●●

४०

तुमचा दृष्टिकोन

मूल्यशिक्षण

मूल्यशिक्षण

मूल्य म्हणजे कंटेम्पररी भाषेत **"व्हॅल्यूज"**. या वैयक्तिक श्रद्धा असतात ज्या माणसाला एका विशिष्ट मार्गाने एखादी गोष्ट करण्यास प्रवृत्त करतात. ही मूल्यं माणसाच्या वागणुकीसाठी दिशादर्शकासारखं काम करतात. उदाहरणादाखल प्रेम, सत्य, जबाबदारीची जाणीव, धैर्य, स्वातंत्र्य, सहकार, आदर, सहिष्णुता, सामाजिक बांधिलकी, व्यावहारिकता या प्रमुख मूल्यांचा उल्लेख करता येईल.

हल्ली शालेय शिक्षणात सुद्धा व्हॅल्यू एज्युकेशन नामक विषय अभ्यासक्रमात समाविष्ट केलेला आहे.

आपल्याकडच्या पूर्वीच्या कुटुंब- आणि समाजव्यवस्थेत मूल्यांना मोठं स्थान होतं. अलिखित नियमांप्रमाणे मूल्यांचं पालन केलं जाई. आता अगदीच नाहीये असं नाही. पण आताशा सर्वसाधारणपणे

||आधी "कन्व्हिनियन्स" पाहणे,
मग "व्हॅल्यूज" जपणे ||
असा दृष्टीकोन ठेवलेला दिसतो.

बदलत्या जगासोबत समाजधारणा देखील बदलत जातात. त्यातलाच हा एक बदल. वाढता भौतिकवाद हे या बदलाच्या प्रमुख कारणांपैकी एक म्हणता येईल. भौतिकवादाबरोबरच स्वकेंद्रित दृष्टिकोनही वाढीस लागला आणि सकारात्मक मूल्यांची जपणूक करण्याची गरज कमी होऊ लागली. स्वकेंद्रित वृत्तीची पिल्लावळही समाजात मूळ धरू लागली. तिची फळं, म्हणजे बलात्कारी वृत्ती, साठेबाजी, शोषण, व्यसनाधीनता, नैराश्य, अनादर, स्पर्धेचा अतिरेक सर्वत्र दिसू लागली.

मूल्यांचे महत्व घटल्याने जुनी एकत्र कुटुंबपद्धतीही डळमळीत झाली. एकूणच

सामाजिक गुणवत्ता घसरणीला लागली. आणि मग पुन्हा मूल्यशिक्षणाचं महत्व वाटू लागलं. पालक आपल्या पाल्यांना संस्कारवर्गाला, भगवद्गीता शिकायला पाठवू लागले. पण त्यातही मग चढाओढ सुरु झाली. शेजारचा दोन वर्गांना जातो, तर माझा तीन वर्गांना गेला पाहिजे. त्यामुळे मूल्यशिक्षणातली सकारात्मकता जाऊन नकारात्मकता यायला लागली. अतीस्पर्धेने, चढाओढीने जीव लवकर थकून जाऊ लागला. शारीरिक, मानसिक रोग वाढीस लागले. त्यामुळे मूल्यशिक्षण फक्त लहानांनाच नव्हे तर मोठ्यांनाही गरजेचे वाटू लागले.

मग अनेक 'मोटिवेटर्स' पुढे आले. समाजाला मूल्यांची ओळख नव्याने करून देऊ लागले. जोसेफ मर्फी,. रॉबिन शर्मा, रोंडा बर्न, संदीप माहेश्वरी, अमृत देशमुख, सदगुरु, गौर गोपाल दास या आणि अशा काही मंडळींनी जुनीच मूल्यं आपापली कौशल्य वापरून त्यांच्या पुस्तकांमधून, भाषणांमधून, चर्चांमधून मांडली. विविध क्षेत्रातील यशस्वी व्यक्तींना विविध व्यासपीठांवर वक्ते म्हणून आमंत्रित केलं जातं. नव्या कल्पना मूल्याधिष्ठित कशा असाव्या याचं छान विवेचन हे वक्ते करत असतात. असेच आणखीही उपक्रम समाज माध्यमांवर राबवले जात असतात.

सुघड समाजाच्या निर्मितीसाठी आणि त्याच्या जोपासनेसाठी समाजातील प्रत्येक व्यक्ती मूल्यशिक्षित, म्हणजेच संस्कारक्षम आणि सुसंस्कारी असणं ही गरज आहे. नवं स्वीकारताना मूल्यांची पायमल्ली होत नाहीये ना, याची काळजी घराघरातील जबाबदार व्यक्तींनी घेतली तर एक गुणवंत समाज तयार व्हायला मोठा हातभार लागेल.

●●●

मूल्यशिक्षण

तुमचा दृष्टिकोन

आरोग्यम् धनसंपदा

ऐका, ऐका.. म्हणजे शीर्षक पाहून हा लेख टाळून पुढे जाऊ नका!! लेख कशाबद्दल आहे हे शीर्षक पाहून कळलंच असेल. पण मी उपदेशाचे कडू डोस अजिबात देणार नाहीये, त्यामुळे हा लेख जरूर वाचा.

काही वर्षांपूर्वी माझा एक भयानक रोड ॲक्सीडेन्ट झाला होता. तीन महिने हॉस्पिटलमध्ये अंथरुणाला खिळून होते. अगदी कुठल्याही कुशीवर वळू शकत नव्हते, इतकी वाईट परिस्थिती होती. उजव्या बाजूची बरीच हाडं मोडली होती. गुडघ्याची वाटी तुटली, कमरेचं हाड मोडलं, हात कोपऱ्यातून मोडला होता. त्यामुळे चार मेजर सर्जरीज कराव्या लागल्या होत्या. बराच ब्लड लॉसही झाला होता. त्या तीन महिन्यात पूर्णपणे परावलंबी झाले होते. दोन महिन्यांच्या हॉस्पिटलच्या वास्तव्यानंतर हळूहळू डाव्या हातात चमचा धरून एकेक घास स्वतःचा स्वतः तोंडापर्यंत न्यायचा प्रयत्न करू लागले. अपघाताच्या जबरदस्त आघाताने फुफुस्साच्या श्वास घेण्याच्या क्षमतेवर परिणाम झाला. त्यामुळे ऑक्सिजनची नळी कायमची लावलेली. पराकोटीच्या वेदना आणि परावलंबी जीव – अगदी मेटाकुटीला आले. बेडवर पडल्या पडल्या विचारचक्र मात्र जोमाने फिरायचं. आपल्या प्रत्येक अवयवाचं महत्व त्या काळात प्रकर्षाने कळून चुकलं – अंतर्बाह्य सगळ्या अवयवांचं, आणि ज्ञानेंद्रियांचंही. तीन महिन्यांनी घरी आल्यावर फिजिओथेरपी घेऊन महिन्याभरात गाडी पूर्वपदावर आली. अपघाताने चांगलाच धडा शिकवला.

हेही लक्षात आलं, की प्रत्येक अनुभव आपण स्वतः घेतल्यावरच त्यावरून शिकण्यापेक्षा दुसऱ्याच्या अनुभवांवरूनही धडा घेता येतो. या संदर्भात आपण

जरा हे प्रश्न स्वतःला विचारून पाहूया:

▶ मॅनहोल मध्ये पडून अपघात झाल्याच्या किती बातम्या आपण वाचतो, तरीही रस्त्यावरून चालताना आपण मॅनहोलच्या झाकणांना टाळून चालतो का?

▶ रस्ते ओलांडताना उपलब्ध असलेल्या पुलांचा वापर करतो का? की घाईचं कारण देऊन रस्त्यावरूनच पलीकडे जातो?

▶ दुचाकीवरून प्रवास करणाऱ्यांच्या जीवघेण्या अपघाताच्या बातम्याही आपण वाचतो. मग आपण दुचाकीवर प्रवास करताना हेल्मेट वापरतो का?

▶ चार्जिंगला लावलेला असताना फोन वाजला तर चार्जर काढून फोन घेतो का? की तसाच कानाला लावतो?

▶ आपण मोबाईल फोन डोक्याशी ठेवून झोपतो का? झोपताना निदान त्याला फ्लाईट मोड वर तरी टाकतो का?

▶ आपली झोपायची आणि उठायची वेळ नियमित आणि आरोग्यकारक आहे का?

▶ आपला आहार आरोग्याला उपकारक असेल याची काळजी आपण घेतो का? आणि सगळ्यात महत्वाचं..

▶ आपण रोज एखादा तरी शारीरिक व्यायाम करतो का?

या प्रश्नांची उत्तरं आपली आपण तपासली तर कळून येईल, की काही गोष्टींबाबत आपण जाणूनही अजाणतेपणा दाखवतो. याची दोन कारणं – एक कंटाळा, आणि दुसरं सोशल मीडिया. या दोन गोष्टींना बाजूला केलं की आरोग्याची धनसंपदा आपल्याला गवसणं काही कठीण नाही. मानवी शरीर ही निसर्गाने दिलेली अतीव सुंदर देणगी आहे, ज्याची सहनशीलताही खूप जास्त असते. कुठलेही वाईट परिणाम त्यावर लगेच दिसून येत नाहीत. पण दूरगामी परिणाम मात्र होत राहतात. कॅन्सरचं वाढतं प्रमाण, नवजात बालकांमध्ये

४९

आरोग्यम् धनसंपदा

ऑटिझमचं वाढतं प्रमाण ही आरोग्याकडे काणाडोळा केल्याचेच तर दूरगामी परिणाम आहेत.

मंडळी, आपल्या भारत देशाने जगाला दिलेली एक अत्यंत अतुलनीय देणगी म्हणजे योगशास्त्र. योगाचा नियमित अभ्यास रोजनिशीत अंतर्भूत करा आणि पहा आपल्याला अंतर्बाह्य किती छान वाटू लागेल. त्याबरोबर आपल्या खाण्याच्या सवयीही सुधारून पहा. वैयक्तिक आरोग्य छान असेल तर चित्तवृत्तीही छान राहतात. मग साहजिकच सामाजिक आरोग्यही चांगलं राहतं. आणखी काय हवंय, नाही का? जय जय रघुवीर समर्थ!!

•••

तुमचा दृष्टिकोन

प्रभावाचे वर्तुळ

प्रभावाचे वर्तुळ

विविध क्षेत्रातल्या प्रभावशाली व्यक्ती आपण नेहमीच आपल्या आजूबाजूला पाहत असतो. उदाहरणार्थ, सुप्रसिद्ध खेळाडू, अभिनेते, सामाजिक कार्यकर्ते, प्रेरक वक्ते (मोटिव्हेशनल स्पीकर्स), इत्यादी. प्रभावशाली व्यक्ती नेहमीच लोकप्रिय असतात.

आता **प्रभावशाली** म्हणजे काय? तर ही मंडळी त्यांच्या कार्यक्षेत्रात उत्तम काम करत असतात आणि त्या त्या क्षेत्रात यशस्वी असतात. अर्थातच त्यांच्या कार्यप्रणालीचा इतरांवर प्रभाव पडतो.

प्रभावशाली होण्यासाठी काही वेगळं करायची गरज नसते, तर गरज असते त्याच गोष्टी वेगळ्या प्रकारे करायची, ज्यामुळे परिणामांची गुणवत्ता अधिक चांगली होते. कमी वेळात, कमी खर्चात, कमी संसाधनाच्या मदतीने गुणवत्तापूर्ण परिणाम देता येत असतील तर ती कार्यप्रणाली प्रभावशाली ठरते आणि असं काम करणारी व्यक्ती स्वतःचा ठसा उमटवते.

आजच्या स्पर्धेच्या युगात प्रभावशाली व्यक्तिमत्व असणं ही काळाची गरज आहे. प्रभावी व्यक्तीला कठीण प्रसंगी असहाय्यतेची भावना येत नाही, त्यामुळे प्रभावी व्यक्तिमत्व प्रगतीला पूरक ठरतं. व्यक्तिमत्व प्रभावी असेल तर कशाचीही भीती किंवा काळजी वाटत नाही.

आता **प्रभावाचं वर्तुळ** ही संकल्पना पाहू. प्रत्येक व्यक्तीच्या आयुष्यात दोन प्रकारची वर्तुळं असतात, एक वर्तुळ चित्रात दाखवल्याप्रमाणे दुसऱ्या वर्तुळाच्या आत सामावलेलं असतं. आतलं वर्तुळ असतं प्रभावाचं, तर बाहेरचं वर्तुळ असतं चिंतांचं किंवा समस्यांचं.

बहुतांशी व्यक्तींमध्ये चिंतांचं वर्तुळ प्रभावाच्या वर्तुळाला आतल्या बाजूला ढकलत असतं. याचा परिणाम म्हणून चिंतांमुळे व्यक्तिमत्वाचा प्रभाव आणि ती व्यक्तीही समूहात झाकोळून जाते.

याउलट प्रभावी व्यक्तींच्या बाबतीत त्यांच्या प्रभावाच्या वर्तुळाचं आकारमान त्यांच्या चिंतांच्या वर्तुळापेक्षा मोठं असतं. कारण प्रभावी व्यक्तींचा त्यांना येणाऱ्या समस्यांवर ताबा असतो. म्हणजे, अशा व्यक्ती दूरदृष्टीने येणाऱ्या समस्यांवर उपाय योजून ठेवतात. त्यामुळे त्यांचा यशाकडे जाणारा मार्ग निर्धोक आणि सुकर होतो.

आधी म्हटल्याप्रमाणे यात कठीण किंवा किचकट असं काहीच नाहीये. प्रभावी व्यक्तिमत्वाचा **दूरदृष्टी** हा फार महत्वाचा गुण आहे आणि तो सवयीने मिळवता येतो. दूरदृष्टी ठेवल्याने तुम्हाला संधी आणि समस्या दोन्ही वेळेआधी दिसून येतात. त्यामुळे समस्यांवर त्या येण्याआधी उपाय योजून ठेवता येतात

प्रभावाचे वर्तुळ

आणि संधीचा फायदा तुम्हाला लवकर घेता येतो. प्रत्येक गोष्टीबद्दलचा तुमचा प्रतिसाद ठरवायला तुम्हाला पुरेसा वेळ मिळतो. आणि अर्थातच या सगळ्याचे सकारात्मक परिणाम दिसून येतात.

दूरदृष्टी ही काही प्रत्येकाकडे जन्मजात असेलच असं नाही. ती मिळवण्यासाठी आपल्या आजू-बाजूला घडणाऱ्या घटना, नातेसंबंध, विविध स्वभावाचे नमुने यांचं सूक्ष्म निरीक्षण करत राहिलं पाहिजे. आपल्या भवतालाकडे कान-डोळे उघडे ठेवून पाहता आलं पाहिजे. स्वतःला अद्ययावत ठेवलं पाहिजे. यासाठी **वाचन** उपयोगी ठरतं. रोजचं वर्तमानपत्र तर वाचलं पाहिजेच, पण त्याबरोबर विविध प्रकारचं, विविध देशांमधलं, भाषांमधलं साहित्य वाचलं, की त्यातून खूप माहिती तर मिळतेच, पण विचारही समृद्ध होतात. मजबूत न्यूरल कनेक्शन्समुळे दूरदृष्टी विकसित व्हायला मदत होते. समस्यांकडे पाहण्याची मानसिकता बदलून समाधानाची मानसिकता बळावते. परिस्थितीशी जुळवून घेणं जमायला लागतं आणि परिस्थितीवर ताबा मिळवता येतो. इच्छित गोष्टी घडण्याची वाट पाहण्यापेक्षा त्या घडवून आणण्याची क्षमता अंगी येते.

गेल्या वर्षी "घूमर" नावाचा एक छान चित्रपट आला होता. त्यात एक अत्यंत निष्णात खेळाडू एका अपघातात आपला हात गमावते आणि त्या धक्क्याने नैराश्याला बळी पडते. मग एक जुना जाणता माजी खेळाडू तिची अपघाताने आलेल्या अपंगत्वाची कमजोरी सामर्थ्यात कशी रूपांतरित करायची, ह्याचं प्रशिक्षण नेटाने तिला देतो आणि मग ही खेळाडू नैराश्यातून बाहेर येऊन अपंगत्वावर मात करत नव्हे तर अपंगत्वाला आपलंसं करत पुन्हा एकदा जोरदार पुनरागमन करते. या चित्रपटाने एक छान संदेश आपल्याला दिलाय, तो म्हणजे आपल्या कमजोरीलाच आपली ताकद बनवा. तसं करणं सोप्पं नक्कीच नाही; अथक प्रयत्न करावे लागतात. पण या जगात तसंही काय सोप्पं आहे, नाही का!!

आपल्या नेहमीच्या दिनचर्येतील काही उदाहरणं पाहूया. थंडीच्या दिवसात

थंडी पडते, यावर आपण काय उपाय करतो? तर गरम कपडे वापरतो, चहा, कॉफी सारखी गरम पेय पितो. नैसर्गिक पडणारी थंडी थांबवायला जातो का? तसंच पाऊस पडत असेल तर आपण बाहेर जाताना छत्री, रेनकोट वापरतो. पाऊस थांबवायला जातो का? त्याचप्रकारे, आपल्याला परिस्थितीवर ताबा मिळवून प्रभावी कामगिरी करायची असेल, तर समस्यांची चिंता करत बसण्यापेक्षा त्यावर उपाय शोधून किंवा सरळ त्या समस्येला आपलंसं (ॲक्सेप्ट) करून आपल्या प्रभावाचं वर्तुळ वाढवायला हवं.

सर्वसाधारणपणे चिंता किंवा समस्यांचं वर्गीकरण आर्थिक, कौटुंबिक, नोकरी किंवा व्यवसायविषयक, आरोग्यविषयक, सामाजिक, इत्यादी प्रकारांमध्ये करता येईल. काही चिंता किंवा समस्या ह्या थेट त्या व्यक्तीच्या वर्तनाशी संबंधित असतात. अशा समस्या त्या व्यक्तीच्या सवयी बदलून किंवा नवीन सवयी बाणवून सोडवता येतात. काही समस्या अप्रत्यक्षपणे व्यक्तीच्या वर्तणुकीशी संबंधित असतात. अशा समस्या प्रभावाच्या पद्धती बदलून सोडवता येतात. पण काही समस्या आपल्या नियंत्रणाबाहेरच्या असतात. मग अशा समस्यांचं काय करायचं? तर, अशा समस्या फक्त हसून स्वीकारायच्या. स्वीकार केला नाही तर अशा समस्यांचा केवळ त्रास होत राहतो. त्यामुळे त्यांना बरोबर घेऊन जगायला शिकायचं. त्यांना आपल्यापेक्षा मोठं होऊ द्यायचं नाही. प्रभावी व्यक्ती हेच तर करतात.

प्रभावी व्यक्तिमत्वाचे काही महत्वाचे आयाम असे आहेतः

▶ परिस्थितीशी जुळवून घेण्याची क्षमता

▶ समाधानाची मानसिकता

▶ सकारात्मकता

▶ नियंत्रित भावना

▶ उद्देश समोर ठेवून कृती करण्याची सवय

५७

प्रभावाचे वर्तुळ

▶ आत्मविश्वास

▶ सामाजिक विचारक्षमता

हे पैलू अंगी बाणवले, की व्यक्तिमत्व प्रभावी होणारच. मग काय म्हणता मंडळी, करायचं ना काम आपल्या प्रभावाच्या वर्तुळावर?

●●●

तुमचा दृष्टिकोन

नकार : एक सामर्थ्य

नकार : एक सामर्थ्य

शनिवार-रविवारी म्हणजे आठवड्याच्या सुट्टीच्या दिवशीही काम करण्याची अपेक्षा रोजचीच होतेय म्हटल्यावर आज अगदी निश्चय केला, की ह्यावेळी नकार द्यायचा. घरातली आठवड्यातून एकदा करायची साफ-सफाई, मुलांबरोबर गप्पा, आवडीचं वाचन, गाणी ऐकणं, एखादी वेगळी रेसिपी करून पाहाणं, दुपारची डुलकी... सगळंच चुकत होतं हल्ली (म्हणजे मिस होत होतं).

सुट्टीच्या दिवशी काम करायला नकार द्यायचा ठरवलं खरं, पण मग मेंदूच्या सूचना येऊ लागल्या, की बाई ग, ह्याचा परफॉर्मन्स रेटिंगवर नकारात्मक परिणाम होणार. मॅनेजर ह्या नकाराचा त्यावेळी फायदा करून घेणार! तरीही मन माघार घेईना.. मनात आलं, की त्या टुकार रेटिंग पेक्षा सुट्टी उपभोगायच्या आनंदाचं पारडं नक्कीच जड असणार आहे.

हे सगळे विचार सुरु असताना, एक लक्षात आलं - नकार आणि होकार या एकाच नाण्याच्या दोन बाजू आहेत. जेव्हा आपण एखाद्या गोष्टीला नकार देत असतो त्यावेळी दुसऱ्या कुठल्यातरी गोष्टीला स्वीकारत असतो. खरं तर नकार नकारात्मक नाही तर दुसरीकडच्या होकाराला बळकटी देणारं साधन आहे. एकीकडचा नकार दुसरीकडच्या होकाराला सामर्थ्य देतो. म्हणजे पहा नं - जेव्हा आपण आळसाला नकार देतो तेव्हा उत्साहाने कामाला लागतो किंवा साखरेचं खाणं टाळतो तेव्हा आरोग्याला स्वीकारतो. दिवा लावून अंधार नाकारतो आणि प्रकाशाला स्वीकारतो. असत्याची बाजू नाकारतो आणि सत्याची कास धरतो.

एखाद्याला नकार देणं बऱ्याच वेळा कठीण असतं. "हो" म्हणणं सोप्पं, पण "नाही" म्हणणं जड जातं. नकाराची ताकद इतकी आहे, की नाही म्हणण्याची कला शिकवणाऱ्या सशुल्क कार्यशाळा हल्ली बोकाळायला लागल्या आहेत. नकार

६२

ही मनाची ताकद आहे. स्वातंत्र्यवीर सावरकर, लोकमान्य टिळक यांच्यासारख्या नेत्यांकडे ही ताकद होती, म्हणून त्यांनी ब्रिटिशांची गुलामगिरी नाकारली. स्वामी विवेकानंदांनी तरुणांना भीती नाकारण्याचा संदेश दिला. समर्थ रामदासांनी दुबळेपणा नाकारून शक्तीची उपासना शिकवली.

नकार फक्त विरोधासाठी वापरता येतो असं नाही. नकार आपल्याला एखाद्या गोष्टीचे वेगवेगळे आयाम पाहायला शिकवतो, पर्याय शोधायला भाग पाडतो. आपल्या मर्यादा ओळखण्याची सवय लावतो.

हां, आता नकाराचे फायदे आहेत म्हणून कुणी नकारघंटाच वाजवत बसेल तर "अति तिथे माती" होणारच. त्यामुळे एखाद्या ताकदीचा समर्याद वापर करणं हे सूज्ञांस सांगणे न लगे! जसा आगीचा मर्यादेत केलेला उपयोग अन्न शिजवण्यास मदत करतो, पण वणव्याची आग सर्वनाश करते; त्याचप्रमाणे नकाराच्या मर्यादित उपयोगाचे फायदे, तर अमर्याद उपयोगाचे तोटे आहेत.

शिवाजी महाराजांनी परकीयांच्या गुलामगिरीला दिलेल्या नकारामुळे मिळालेलं स्वातंत्र्याचं सुख आपण आज उपभोगत आहोत. उदाहरणं बरीच आहेत नकाराची ताकद दाखवणारी – गरज आहे आपण अमलात आणण्याची.

नकार : एक सामर्थ्य

तुमचा दृष्टिकोन

जोडी

जोडी

जोडी म्हटलं की सर्वसाधारणपणे समोर येतात त्या.. नवरा-बायको, प्रेयसी-प्रियकर, मित्र-मैत्रीण, झालंच तर कप-बशी, सलवार-कुर्ती, बॅट-बॉल, विटी-दांडू, अशा जोड्या!! मजेशीरच आहे नाही!

पण ह्या विषयाचा शब्दांनुरूप विचार केला तर **जोडी** म्हणजे शक्यतो ज्या दोन गोष्टी एकमेकांशेजारी कुठल्या ना कुठल्या कारणामुळे शोभून दिसू शकतात, एकमेकांना पूरक असू शकतात, त्या दोघांची मिळून होते ती जोडी, असं मी म्हणेन. दुसरा शब्द **जमणे**. जी दोघं जोडीत आहेत त्या दोघांचं एकमेकांशी जमावं अशी सामान्यतः अपेक्षा असते. जमावं म्हणजे, कुल्फी जमते ना तसं जमावं. गार गार, मधुर, मिट्ठास आणि घट्ट!! आता पुढचा प्रश्न सगळ्यात मोठ्ठा आणि महत्वाचा. "नक्की काय जमणे?"

"आमचं एकमेकांशी छान जमतं" असं जेव्हा आपण म्हणतो, तेव्हा ते मुख्यत्वे विचारांच्या बाबतीत असतं. म्हणजे "एका"चे विचार "मेका"शी जुळतात, संवाद साधता येतो, वाद होत नाहीत, विचारांमध्ये, कृतीमध्ये सुसंगती असते. शिवाय एकत्र राहणं, काम करणं, विचारविनिमय करणं सुखावह असतं.

काहीवेळा माणूस एखाद्याशी असलेल्या नात्यामुळे त्याच्याशी जुळवून घेत राहतो, कारण त्या नात्याला त्याच्या आयुष्यात महत्वाचं स्थान असतं. जसं बायको आपल्या नवऱ्याशी जुळवून घेते. त्याला एखादी गोष्ट आवडत नसेल, मग तिला आवडत असली तरी ती नाही करत. किंवा आपल्या आईने अमुक एक गोष्ट अशी कर म्हणून सांगितली आहे तर मूल करतं ती तशीच, कारण त्याला आईला खूष करायचं असतं किंवा दुखवायचं नसतं. जुळवून घेण्यामध्ये त्या व्यक्तीने तिच्या स्वभावाला मुरड घातलेली असते. पण जोडी जमण्यामध्ये

स्वीकृतीची सहजता असते. जोडीमधल्या दोघांनाही आचार–विचारांचं स्वातंत्र्य असतं. अपेक्षा नसतात, किंवा अगदीच कमी असतात. त्यामुळे अपेक्षाभंगाचं दुःखही नसतं. वर म्हटल्याप्रमाणे दोघं एकमेकांना पूरक असतात. एकमेकांची शक्तीकेंद्र आणखी मजबूत बनवण्यास मदत करत असतात. तसंच कमजोर बाजू सावरून त्यावर मात करायलाही त्यांना एकमेकांची मदत होत असते. मला वाटतं, अशी ज्यांची कुल्फी जमलीये, ती दोघं म्हणजे "जोडी".

जिथे अशा जोड्या जमतात तिथे उभ्या राहतात "इन्फोसिस" सारख्या संस्था किंवा "Tatas" सारखा सर्वव्यापी यशस्वी व्यवसाय! तिथे रामकृष्णांच्या हातून घडतो विवेकानंद! तिथे परकीय शक्तीसमोर गर्जना करत उभं राहतं 'केसरी' नावाचं वर्तमानपत्र! अशा जोडीच्या पूरकतेतून घडतं आणि लोकप्रिय होत जातं अवघ्या महाराष्ट्राला हसवणारं व्यक्तिमत्व "पु.लं." राधा–कृष्णाची जोडी तर कालातीत! जोडी जमणं म्हणजे हेच की, आणखी काय!

मध्यंतरी WhatsApp वर एक फार छान कविता व्हायरल झाली होती – "कृष्ण भेटायलाच पाहिजे". कविता कुणाची आहे माहिती नाही, पण कवितेचा मतितार्थ हाच होता, की आयुष्यात एकातरी व्यक्तीची अशी सोबत हवी, ज्या व्यक्तीबरोबर तुमची कुल्फी जमेल. या कवितेच्या काही ओळी अशा आहेत..

कृष्ण भेटायलाच पाहिजे.

आयुष्यात प्रत्येक वळणावर कृष्ण भेटायलाच पाहिजे.
मनातलं बोलायला, लिहिलेलं वाचायला,
रेखाटलेलं दाखवायला, अन् कधी गायलेलं ऐकवायला...
हक्काचा सवंगडी पाहिजे
आणि म्हणूनच प्रत्येकाला एक कृष्ण भेटायलाच पाहिजे
मुळात नात्यांच्या पलिकडचे भावबंध जोडणारा

एक हक्काचा सवंगडी पाहिजे.....
लहानपणापासून जपलेल्या
अनेक नात्यांचीही वयं वाढत असतात
त्या नात्यांचे काळाप्रमाणे अर्थ बदलत असतात
तस्संच....ते...पूर्वीचं...निर्व्याज.... अबोध नातं
पुन्हा जमायला पाहिजे
आणि याकरताच आयुष्यात कृष्ण भेटायला पाहिजे......

***

अशा सोबतीच्या शोधात प्रत्येकाने राहिलं पाहिजे जी वयापलीकडे, नात्यांपलीकडे, लिंगभेदापलीकडे असेल आणि जी आपल्याला वरच्या पातळीवर जायला मदत करेल. अशा सवंगड्याचा शोध मनात जागा ठेवला तर तो किंवा ती समोर आल्याशिवाय राहणार नाही आणि आपलं आयुष्य उजळून निघेल.

●●●

तुमचा दृष्टिकोन

व्यसनं झाली जुनी !

व्यसनं झाली जुनी!

शंभर टक्के खरंय...व्यसनं जुनी झाली. आता असते ती **लाईफ स्टाईल!** माहिती-तंत्रज्ञान कंपनीत काम करत असल्याने या "लाईफ स्टाईल" संबंधी अनेक गोष्टी रोज पाहण्यात येत असतात. आजच्या युवा पिढीला सगळ्या पातळ्यांवर अतिरेकी स्पर्धेचा सामना करावा लागतो. स्पर्धेच्या भट्टीतून बाहेर पडल्यावर मग कामाच्या ठिकाणी त्यांच्यावर टार्गेट्सचा मारा होतो. हल्लीच्या काळात मुलांना मिळणारं विचार स्वातंत्र्य आणि खूप लवकर मिळू शकणारे पाच आकडी पगार. ह्या एकूणच परिस्थितीत व्यसनं बनत जातात "लाईफ स्टाईल". कॉल सेंटर्सच्या, आय टी कंपन्यांच्या बाहेर मुला-मुलींचे घोळके सिगारेट ओढताना, बिअर कॅन्स रिचवताना, फास्ट-फूड, स्ट्रीट फूड खाताना रोज रोज दिसतात. बरं यातही जेण्डर इक्वालिटी असते. युरोपियनाईझेशन, जुनीयराईझेशन या संकल्पनांनी हा सारा खेळ मांडलाय, आणि हा पाहताना यातना होतात.

पार्श्वभूमी सांगून अशा लाईफ स्टाईलला बळी पडणाऱ्या युवा पिढीचं मी समर्थन करतेय असं मुळीच नाहीये. शिवाय जेण्डर इक्वालिटी बद्दल उपरोधिक बोलताना भेदाभेद करण्याचा उद्देश नाहीये. ओबेसिटी, वंध्यत्व, कॅन्सर, नैराश्य, अशा शारीरिक आणि मानसिक रोग आणि समस्यांचं वाढतं साम्राज्य हे सगळे परिणाम आहेत ह्या व्यसनाधीन लाईफ स्टाईलचे. त्यात भर म्हणून आई-वडीलही आपल्या पाल्यांच्या चुकीच्या सवयींची भलावण करताना दिसतात. कधी कधी त्यांच्या व्यसनात त्यांची सोबतही करतात (प्यायला, फुंकायला कंपनी देतात)!!

"आमच्या वेळी नव्हतं असं" असा सूर नाही लावायचा मला, पण तरीही हे सारं पाहून भारतीय संस्कृतीचं थोरपण आत जाणवल्याशिवाय राहात नाही. पहाटे उठणं, व्यायाम करणं, सडा-संमार्जन करणं, रांगोळी काढणं, पूजाअर्चा, आणि

७२

मग आपापल्या कामाला लागणं, घराची आर्थिक, वैचारिक बाजू सांभाळताना घरातल्या थोरा-मोठ्यांचा असलेला आदरयुक्त धाक, एकत्र कुटुंबपद्धती, सायंप्रार्थना, पाढे म्हणणं, या सर्वांमुळे मुलं कुंभाराच्या चाकावर आकार घेत जाणाऱ्या सुंदर घड्याप्रमाणे घडत असत. असतीलच कधी ताणतणाव तर भावंडांशी खेळताना, काका-आत्यांशी चर्चा करताना सहज विरून जात. मोठ्यांची आपल्यावर असलेली स्नेहाची नजर आपल्याला नकळत आपल्या जबाबदारीची जाणीव करून द्यायची.

आजच्या विभक्त कुटुंबपद्धतीत वाईट काहीच नाही, पण स्वातंत्र्याबरोबर येणारी जबाबदारी समजविण्याचं कौशल्यही घरातल्या मोठया मंडळींकडे असावं म्हणजे लाईफस्टाईल मधली व्यसनं सहज बाजूला होतील आणि मग **इंडियनायझेशनचं** वेड आपण जगाला लावू!

असा एक प्रवाह संस्कृत भाषेच्या, योगाभ्यासाच्या निमित्ताने निर्माण झालेला आहेच. भारतीय संस्कृतीचे बाकीचे पैलूही आपल्या वर्तणुकीतून जगाला दाखवू आणि व्यसनांना पुन्हा त्यांची **जागा** दाखवू!

व्यसनं झाली जुनी!

तुमचा दृष्टिकोन

शेतकरी : कल्पना आणि वास्तव

शेतकरी : कल्पना आणि वास्तव

"बळीराजा", "जगाचा पोशिंदा", "जय किसान!", अशा प्रकारच्या घोषणा आणि बिरुदावलींच्या जोरावर शेतकऱ्याने संकटांचा सामना करावा. शिवाय शेतीचे उत्पन्न करमुक्त, वीज सवलत, बी-बियाणे, खतांपासून ते शेती अवजारांपर्यंत भरघोस अनुदान – आणखी काय हवंय!! इतकं सगळं मिळाल्यावर जगासाठी अन्नधान्य पिकवण्याचं कर्तव्य शेतकऱ्यांनी पार पाडत राहावं, ही जगाची अपेक्षा, चुकीची का आहे!

पण मंडळी, हा केवळ कल्पनाविस्तार आहे हे वास्तव पाहिल्यावर लक्षात येईल.

लहरी मान्सून अन्नधान्य उत्पादनाचे गणित बिघडवतो आणि अर्थतज्ज्ञांच्या काळजाचा ठोका चुकतो. म्हणून भारत हा शेतीप्रधान देश (!!?).

शेतकरी हा आपल्या देशाचा कणा. ७०% शेतकरी हे किरकोळ शेतकरी आहेत, ज्यांची जमीन अडीच एकरापेक्षा कमी आहे असे. आता एवढ्या जमिनीतून सगळी नैसर्गिक संकटं, उत्पादन खर्च, वाहतूक खर्च वजा करून उरेल ते उत्पन्न करमुक्त असण्याचं काय ते कौतुक!

एक अभ्यास सांगतो, की मधमाशी नाहीशी झाली तर त्याचा थेट परिणाम अन्नधान्य उत्पादनावर होऊन मानवाच्या अस्तित्वाचा प्रश्न निर्माण होईल. किंबहुना मानव आपले अस्तित्व टिकवू शकणार नाही. मग जर शेतकरीच नाहीसा झाला तर? या विषयाचे गांभीर्य समजण्याइतके आपण सूज्ञ आणि सुशिक्षित आहोत.

जगाच्या पाठीवर काही निवडक देश असे आहेत जिथे बाराही महिने शेती होऊ शकते. त्या भाग्यवान देशांपैकी एक आहे आपला भारत देश. चला तर मग

७६

स्वतःला आणि शेतकऱ्याला या दुष्टचक्रातून बाहेर काढण्यासाठी आपापल्या परीने उपाय शोधू!

मला सुचलेला उपाय असा आहे: प्रत्येक शहराच्या वेशीवर आजही ग्रामीण भाग आहे, शेती आहे.

आपल्या घरापासून एक ते दोन तास अंतरावर असलेल्या ग्रामीण भागातील शेतकऱ्याशी किमान चार कुटुंबांनी जोडले जावे. त्याच्याकडून आपल्याला लागणाऱ्या शेतमालापैकी शक्य तेवढा पिकवून घेऊन किरकोळ बाजारभावाप्रमाणे खरेदी करावा.

चारपैकी प्रत्येक कुटुंबाने महिन्यातून एका रविवारी त्या शेतकऱ्याला प्रत्यक्ष भेटावं. अशा भेटीत निसर्गाशी जोडण्याचा एक हटके पर्यटन अनुभव आपल्याला घेता येईल. त्याचबरोबर शेतकऱ्याला येणाऱ्या समस्या समजून घेऊन त्याला समाधान शोधण्यास मदत करावी. शेतीमध्ये प्रगत तंत्रज्ञानाचा वापर कसा करता येईल त्याबद्दल विचार–विनिमय करावा. यामुळे होईल काय, तर शहर आणि गाव यामध्ये वाढणारी दरी कमी व्हायला मदत होईल, आपल्या देशातला बळीराजा सबळ व्हायला हातभार लागेल. आणि हा एक मैलाचा दगड ठरू शकेल.

● ● ●

शेतकरी : कल्पना आणि वास्तव

तुमचा दृष्टिकोन

दूर आणि जवळ

दूर आणि जवळ

ऑफिसच्या वाटेवर रिअर व्ह्यू मिररकडे लक्ष गेलं आणि त्यावरच्या या वाक्याने विचारचक्र सुरु झालं - "Objects in the mirror are closer than they appear .. आरशात दिसणाऱ्या गोष्टी आरशात दिसतात त्यापेक्षा जवळ आहेत."

अलीकडे खूप चर्चेत असलेल्या एका संकटाबद्दलही आपण असंच म्हणू शकतो. किती लोकांना असं काही संकट अस्तित्वात आहे, हे सुद्धा माहित नसेल, मग ते येऊ घातलंय याची कल्पना असणं तर दूरच! काहींनी त्याबद्दल ऐकलंय पण त्यांना "आपला त्याच्याशी काय संबंध!" असं वाटतंय. काहींना हे संकट खूप जवळ आहे हे कळतंय, पण त्याबाबतीत आपण काही करू शकत नाही, असा समज असल्याने त्यांनी "आलिया भोगासी असावे सादर, देवावरी भर घालूनिया!" असा पवित्रा घेतलाय. मंडळी, हे संकट आहे जागतिक तापमानवाढीचं म्हणजेच ग्लोबल वॉर्मिंगचं.

अनेकांच्या लेखी हे संकट जवळपाससुद्धा नाहीये; फार दूरवर आहे. पण मानवाने वेळीच त्याकडे लक्ष दिलं नाही तर ते आपल्या अवघ्या धरेला लवकरच गिळंकृत करेल. पृथ्वीभोवतालचं वातावरण इतक्या वेगाने बदलतंय आणि त्यामुळे हवामानात झपाट्याने अवांछित बदल होतायेत. हे हवामान बदल ह्या संकटाचंच एक लक्षण आहे. या बदलाकडे आपण दुर्लक्ष करून चालणार नाहीये.

काही वर्षांपूर्वी, म्हणजे साधारण २०१८ मध्ये ग्रेटा थनबर्ग नावाच्या स्वीडिश मुलीने मानवाच्या कार्बन फूटप्रिंट्सच्या विरोधात जोरदार आवाज उठवला होता. हा शब्दच मी त्यावेळी अगदी पहिल्यांदा ऐकला. मग हळू हळू त्याबद्दल ऑफिसमधूनही कार्बन फूटप्रिंट्स कमी करण्यासाठीची टार्गेट्स वैगेरे

८०

कानावर पडू लागलं. ऑफिसमधले एसी, माहिती-तंत्रज्ञानासंबंधी कामासाठीचे सर्व्हर्स - यावरील भार कमी करण्यासाठी विविध उपाय योजले जाऊ लागले. कर्मचाऱ्यांसाठीच्या वाहतूक व्यवस्थेचं त्यादृष्टीने नियमन, झिरो ई-मेल पॉलिसी, आणि बरंच काही. इतकं असूनही दिलेले नियम पाळणं याव्यतिरिक्त अस्मादिकांकडून काहीच होत नव्हतं. कारण उकाडा वाढला की एसीचं टेम्परेचर कमी करून भागतंय ना! हां, आता आटणाऱ्या नद्या, वितळणारी हिमशिखरं, भूस्खलन याबद्दल ऐकतो आपण, पण आपल्यावर कुठे थेट परिणाम होतोय! आणि आपण काय करू शकणार ह्याबद्दल! आधीच इतके व्याप आहेत. त्यात हे कार्बन फूटप्रिंट्स कुणाचे आहेत आणि कुठे दिसतायेत हे कळतंच नव्हतं.

पण हल्लीच कुणीतरी फॉरवर्ड केलेला व्हिडिओ पाहताना मात्र हे संकट लख्ख दिसल्यासारखं वाटलं. ते कुठेतरी दूर आहे बहुधा असं ज्याच्याबद्दल वाटत होतं, ते अगदी जवळ आहे आणि आता म्हणजे आत्ताच आणि आत्तापासून पुढे नेहमी आपल्याकडून खबरदारी घेणं जरूरी आहे, हे लक्षात आलं. या व्हिडिओत ॲप डेव्हलपर प्राची शेवगावकर नामक मराठी तरुणीची उदय निरगुडकर यांनी घेतलेली मुलाखत होती. प्राचीने Cool the Globe नावाचं एक ॲप बनवलंय, ज्यायोगे आपल्याला आपण दिवसभरात किती कर्ब उत्सर्जनाचं कारण बनलो आणि आपण कुठल्या कृतींद्वारे ते किती कमी केलं किंवा करू शकतो याचं नियोजन करता येतं. प्राची म्हणते, की आपल्याला अगदी सोप्पं काम करायचंय. आपल्या दोन पिढ्या मागची लोकं ज्या गोष्टी करत होते, त्या पुन्हा करायला सुरुवात करायची आहे. म्हणजे झाडांची लागवड, कमीत कमी तोड, गरजेपुरतेच लाईट लावणं, गरज नसताना बंद करणं, गिझर, एसी, लिफ्ट अशा वस्तूंचा कमीत

दूर आणि जवळ

कमी उपयोग. पाणी वापराचं नियमन, कचऱ्याचं योग्य व्यवस्थापन, प्लास्टिकचा कमीत कमी वापर. बरं, हे सगळं करताना आपल्याला कसा त्रास होतोय असा विचार करण्यापेक्षा आपण हे आपल्या भूमातेला वाचवण्यासाठी करतोय असा विचार करून आनंदाने करावं; कारण या गोष्टींचा आपल्या आरोग्यावरही चांगलाच परिणाम होणार आहे.

मंडळी, हे सगळं वाचताना तुम्हाला असं वाटलं का की मी विषयापासून "दूर" गेले. पण नाही, मी विषयाच्या अगदी "जवळ"च आहे. वातावरणाच्या संपूर्ण ऱ्हासाचं संकट खूप जवळ आहे, आणि त्याच्यापासून वाचण्यासाठी लगेचच पावलं उचलणं जरूरी आहे. माझे डोळे उघडलेत, सगळ्यांचे उघडावे यासाठी हा विषय चर्चेत घेऊया. आजपासूनच आपली धरा वाचवण्याचा संकल्प करूया. या विषयाची अधिक माहिती घेत राहूया. कर्ब उत्सर्जन कमी करायला हातभार लावूया.

●●●

८२

तुमचा दृष्टिकोन

नागरिक

नागरिक

"भारतीय नागरिकाचा घास रोज अडतो ओठी
सैनिकहो तुमच्यासाठी ..!"

कविश्रेष्ठ गदिमांनी लिहिलेले शब्द, दत्ता डावजेकरांचं संगीत आणि आशाताईंनी भावपूर्णतेने आळवलेला स्वर. खरे आहेत का हो हे शब्द आत्ताच्या दिवसात? खरंच किती कदर करतो आपण आपलं दिवसरात्र रक्षण करणाऱ्या सैनिकांची! कुणा एका भारतीयाने उर्मटपणे म्हटलं होतं, की "त्यांना याचाच पगार दिला जातो." वांझोटी जळजळ झाली होती हे ऐकून. आपण फक्त अतीसामान्य नाही तर असहाय्य आणि कृतघ्न नागरिक असल्याची जाणीव झाली.

घास अडणं राहूच द्या, पण देशाचे नागरिक म्हणून आपल्या कुठल्या जबाबदाऱ्या पाळून आपण सैनिकांच्या कामात हातभार लावतोय? फक्त सैनिकांना हातभार लावावा म्हणून नव्हे, तर देशाचे नागरिक म्हणून आपल्या भाषांचा सार्थ अभिमान आपल्या कृतींमधून दाखवणं, जास्तीत जास्त भारतीय बनावटीच्या वस्तू वापरण्यावर भर देणं, आपल्या मातृभूमीवर न थुंकणं, अगदी साधे सोप्पे सामाजिक शिस्तीचे नियम आपल्या देशात पाळणं (बाहेरच्या देशात जाऊन आपले नागरिक त्यांच्याकडचे नियम बरोब्बर पाळतात), ज्यामधून आपण जगाला आपली संस्कृती दाखवत असतो आणि तिचं सौंदर्य वृंध्दीगत (?) करत असतो.

जसं की, जर्मन नागरिक त्यांच्या वक्तशीरपणाबद्दल ओळखले जातात. फ्रेंच, जपानी लोकांची त्यांच्या मातृभाषाप्रेमासाठी ख्याती आहे. रशियनांचं देशप्रेम, यूरोपियनांचं फाफटपसारा न करता मुद्द्याला धरून बोलणं, अशा गोष्टी संस्कृतीचा चित्तवेधक भाग म्हणून समोर येतात. आणि तसं होण्यासाठी त्यांच्या

प्रत्येक नागरिकाचं योगदान असतं.

बहुराष्ट्रीय कंपनीत काम करत असल्याने भारतीयांची अन्य देशांच्या नागरिकांमध्ये असलेली वेळ न पाळण्याबद्दलची ख्याती मला चांगलीच ठाऊक आहे. मग मी माझ्यापरीने काटेकोर वेळ पाळून ती पुसून काढण्याचा केविलवाणा प्रयत्न करत असते.

आपली संस्कृती एका खूप चांगल्या गोष्टीसाठीही ओळखली जाते आणि मला त्याचा अभिमान आहे, ती म्हणजे भारतीय कुटुंबव्यवस्था! आपल्याकडे कितीतरी एकत्र कुटुंब कशी गुण्यागोविंदाने नांदतात याचं लोक कौतुक करतात. युरोप-अमेरिकेत कुटुंब फारशी एकत्र राहात नाहीत, खूप लवकर विभक्त होतात. पण आपल्या संस्कृतीतला हा भागही हळू-हळू विरत चालला आहे, याचं वाईट वाटल्याशिवाय राहात नाही.

मला वाटतं संस्कृती ही गरीबी-श्रीमंतीच्या पलीकडची गोष्ट आहे. साधं उदाहरण घ्या. कुठेतरी एखादा फॉर्म भरायचा असतो, त्यासाठी एक काउंटर असतं. तुम्ही सहज डोळ्यासमोर आणू शकता की आपल्याकडे काउंटर उघडल्यावर लोकांच्या कशा उड्या पडतील. पण हीच गोष्ट मी जर्मनीमध्ये असताना अनुभवली. एक तर काउंटर दिलेल्या वेळेतच उघडलं आणि काउंटर उघडल्यावर कुणीही न सांगता सहजपणे लोकांनी आपली आपण रांग लावली. ते दृश्य पाहणंच इतकं सुखावह होतं! आपली निंदा आणि दुसऱ्यांची भलावण करण्याचा उद्देश नाही; फक्त निरीक्षणास आलेल्या गोष्टी आहेत.

आपल्या भाषेत टॉयलेटला "स्वच्छतागृह" म्हणतात. पण ते कसं स्वच्छतेने वापरलं पाहिजे ह्या जाणिवेचीही वानवा आहे. आता स्वच्छतेसाठी आपला देश खूप श्रीमंत किंवा सुशिक्षित असणं गरजेचं नाहीये ना! स्वच्छता हा संस्कृतीचा भाग आहे. मी काही आदिवासी पाडे पाहिलेत. ना पैसा, ना शिक्षण. पण किती छान स्वच्छता असते त्यांच्या पाड्यांमध्ये!

नागरिक

एकूणच काय तर कुठल्याही देशाचा नागरिक हा त्या देशाचा प्रतिनिधी असतो. मग आपण कसे प्रतिनिधी असावं हे ज्याचं त्यानी ठरवण्याइतकी क्षमता आपल्या लोकशाहीने आपल्याला दिलीये का, याचा थोडा विचार वैयक्तिक पातळीवर झालाच पाहिजे.

●●●

तुमचा दृष्टिकोन

प्रवास

प्रवास

ऑफिसमधली एक मैत्रीण तिच्या मुलीच्या कॉन्व्होकेशनसाठी अमेरिकेला निघाली होती. मस्त महिनाभराची सुट्टी, पण लगीनघाई सुरु होती नुसती. व्हिसापासून चलनापर्यंत आणि बूट, कपडे यापासून खाऊपर्यंत. लेकीसाठी इथून काय न्यायचं, तिकडून काय काय आणायचं ह्या सगळ्याचं प्लॅनिंग आणि मग हे सारं 'अलाऊड वेट' मध्ये बसवणं. शिवाय ऑफिसमधली कामं उरकणे, कारण महिनाभर बाई नसणार, त्यामुळे मॅनेजरच्याही एक हजार सातशे साठ (म्हणजे सतराशे साठ) सूचना!! मी आपली तिची धडपड पाहत होते – अर्थात ऑनलाईन. कारण आम्ही दोघीही वर्क फ्रॉम होम!! एकदाचं सगळं छान पार पडलं आणि अनुमत वजनाच्या सामानाची आणि खूप सारी आनंदाची गाठोडी घेऊन मैत्रीण विमानात बसली. एक बरंय, की ती आनंदाची गाठोडी वजनकाट्यावर नाही ठेवावी लागत. ती कितीही असली तरी मावतात आपल्या मनात आणि विमानालाही नाही वजन होत त्यांचं.

खरंच, अशा लांबच्या, सुट्टीतल्या प्रवासाचा किती आनंद असतो नाही!! पण मग आयुष्याचा प्रवासही असाच का नाही वाटून घेत आपण. जन्मल्यापासून प्रवासच तर सुरु असतो. बालपणाच्या बाबागाडीत बसून येतो आपण, आईच्या हातांचा झुला, तिने भरवलेला मऊ घास खात तरुणपणाच्या नाक्यावर येतो, पुढे कुठे जायचंय, कुठल्या वाहनाने, मग कुणाच्या सोबतीने की एकटंच – असं करता करता वेळ येते पुन्हा आपल्या घरी परतायची...

आमच्या ऑफिसमध्ये एक वरिष्ठ आहेत. अगदी ठरवून, नीट नियोजन

९२

करून लोकांना छळत असतात. काय आनंद मिळतो त्यात कुणास ठाऊक! आमच्यातला प्रत्येक जण कधी ना कधी त्याचं लक्ष्य झालाय. असंच एकदा एकाला हे वरिष्ठ महाशय सगळ्या टीम समोर काहीबाही बोलले. पण त्या एकाने स्वतःवर काहीही परिणाम करून घेतला नाही. मला आश्चर्यच वाटलं. मी त्याला त्याबद्दल विचारलं तर म्हणाला, " अगं, त्याचा काय राग करायचा! कीव येते बिचाऱ्याची! त्याच्याकडे देण्यासाठी फक्त दुःखच आहे. इतकं भरभरून वाटतो रोज सगळ्यांना तरी संपत नाहीये." अगदी मनापासून पटलं त्याचं म्हणणं आणि मग त्यानंतर त्या वरिष्ठाची कीवच येऊ लागली.

तर असे एकेकाचे प्रवास आणि त्या प्रवासासाठीची त्यांची त्यांची गाठोडी!! आमटे, बंग कुटुंबीयांचं प्रेमाचं गाठोडं, जयंत नारळीकरांचं ज्ञान-विज्ञानाचं गाठोडं ही तर आहेतच; पण कित्येकांची गाठोडी त्यांचा प्रवास संपल्यानंतरही पुरून उरलीयेत – जसं शिवाजी महाराजांचं अस्मितेचं आणि लोककल्याणाचं, ज्ञानेश्वर माउलीचं "पसायदानाचं", कुसुमाग्रजांचं कवितेचं, पु.लं. चं हास्याचं, आणि अशीच आणखी कितीतरी.

चला मग, आपल्या प्रवासात आपण कुठली गाठोडी बरोबर घेतलीयेत ती तपासून पाहूया का? त्यातली नकोशी टाकून देऊ आणि कल्याणकारी सोबत घेऊ – ती कशी हलकीही असतात हो! आणि झालीच जड तर सहज वाटूनही टाकता येतात, आणि मग ओघाने पुढचा प्रवास शुभकर होतो. या बरोबर घेतलेल्या गाठोड्यांवरच प्रवासाची मजा अवलंबून आहे – तेव्हा सर्वांना...

"शुभास्ते पंथानः संतु!!"

●●●

प्रवास

तुमचा दृष्टिकोन

लेखकांशी संपर्क

अंजली आणि समीर

आम्ही आत्मसात केलेल्या विविध कौशल्यांमुळे आणि आजवरच्या अनुभवातून तुमच्या वैयक्तिक आणि व्यावसायिक उद्दिष्टांमध्ये यश मिळवण्यासाठी तुम्ही आम्हाला संपर्क करू शकता. तुमच्यासाठी अंमलात आणता येण्याजोगी योजना तयार करून त्यातील उद्दिष्टपूर्तीसाठी आम्ही मदत करू शकतो.

https://www.anjaliinspires.com
lifecoach.anjalik@gmail.com
९८२०८११९३९
lifecoach_anjalik

●●●

लहान मुलांच्या संस्कारक्षम वयात मनाचे श्लोक त्यांच्या मानसिकतेची योग्य जडणघडण करून उद्याचे जबाबदार नागरिक बनवण्यासाठी मोलाचा वाटा उचलू शकतात. या विचाराने व्हॉईस ओव्हर आर्टिस्ट म्हणून काम करत असताना आम्ही एक यूट्यूब चॅनेल सुरु केलं. त्यावर मनाचे श्लोक, त्यांचे अर्थ आणि त्यांच्या अर्थाला साजेशी प्रत्येकी एक गोष्ट डिजिटल स्वरूपात उपलब्ध आहे. आपल्या संपर्कातील बाळ गोपाळांना जरूर दाखवा शिवाय तुम्ही देखील थोडी उजळणी करू शकता.

: @मना सज्जना (मना सज्जना | BY ANJALI)

●●●

प्रत्येक माणूस आपल्या जीवनात पुढे जाण्याचा प्रयत्न करत असतो.

या प्रयत्नात, त्यांना अनेक कल्पना सुचतात. परंतु, फारच कमी कल्पना प्रत्यक्ष अंमलबजावणीच्या टप्प्यापर्यंत पोहोचतात. अशा हरहुन्नरी कल्पनाकारांना त्यांची कल्पना व्यवहार्य, उपयुक्त आणि यशस्वी होऊ शकते का, हे चाचपडून पाहायचे असते.

असे हरहुन्नरी कल्पनाकार आम्हाला संपर्क करू शकतात.

https://www.alchemyidea.com

sameer.alchemy@gmail.com

८९२८१६५७२३

●●●

आपल्या रोजच्या आयुष्याशी निगडित काही समस्या सोडवण्यासाठी आम्ही उत्साहीपणे प्रयत्नशील आहोत.

व्यवहार्य दृष्टिकोन आणि सामाजिक बांधिलकी या भावनेने, आम्ही व्यक्ती आणि समुदायासाठी लाभदायक, वास्तववादी आणि प्रभावी उपाय तयार करण्यावर लक्ष केंद्रित केले.

वेळ न पाळता येणे ही माणसाच्या जीवनातील प्रगतीच्या आड येणारी एक समस्याच आहे. याला एक सर्वश्रुत कारण म्हणजे रिक्षा किंवा टॅक्सी न मिळणे. यावर एक सोप्पं, सरळ आणि वापरायला मोफत मोबाईल ॲप बनवून आम्ही उपाय शोधला आहे. ज्यामध्ये आपल्या आसपासच्या रिक्षा टॅक्सी दिसतील. त्यांना फोन करा, तुमच्याजवळ बोलवा आणि वेळेत गंतव्य स्थान गाठा. कोणत्याही सोशल मीडिया ॲप प्रमाणे असंघटित रिक्षा किंवा टॅक्सी व्यावसायिक आणि प्रवासी या दोघांकडे हे ॲप असणे गरजेचे आहे.

https://www.wejan.co.in

info@wejan.co.in

८९२८१६५७२३

@WejanApp

@wejanapp

●●●

www.ingramcontent.com/pod-product-compliance
Lightning Source LLC
Chambersburg PA
CBHW022346271224
19560CB00037B/1019